AF220655

Impressum
Verlag: BABADADA GmbH, Nedderfeld 112 , 22529 Hamburg
Geschäftsführer / Verlagsleitung: Harald Hof
Druck: Books on Demand GmbH, In de Tarpen 42, 22848 Norderstedt

Imprint
Publisher: BABADADA GmbH, Nedderfeld 112 , 22529 Hamburg, Germany
Managing Director / Publishing direction: Harald Hof
Print: Books on Demand GmbH, In de Tarpen 42, 22848 Norderstedt

shule

Schuel

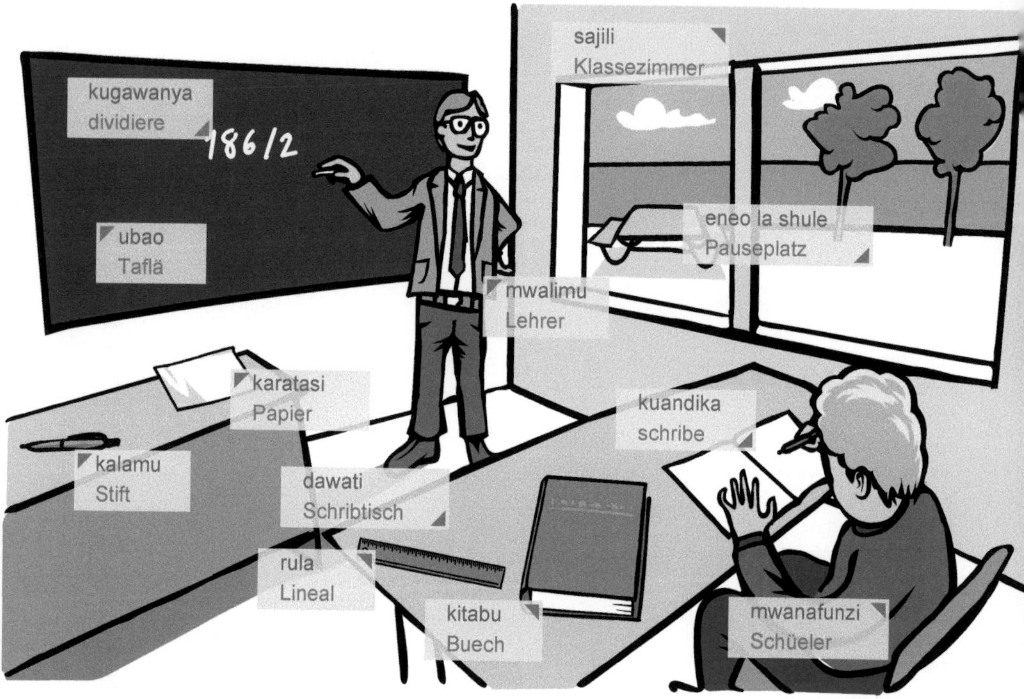
sajili
Klassezimmer
kugawanya
dividiere
186/2
ubao
Taflä
eneo la shule
Pauseplatz
mwalimu
Lehrer
karatasi
Papier
kuandika
schribe
kalamu
Stift
dawati
Schribtisch
rula
Lineal
kitabu
Buech
mwanafunzi
Schüeler

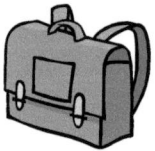

mkoba

Thek

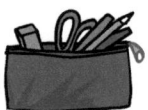

kikasha cha penseli

Etui

penseli

Bleistift

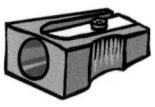

kichonga penseli

Spitzer

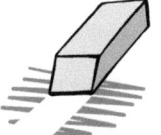

mpira

Radiergummi

pedi ya kuchora

Zeicheblock

uchoraji

Zeichnig

brashi ya rangi

Pinsel

sanduku la rangi

Malchaschte

mkasi

Schär

gundi

Liim

daftari

Üebigsheft

kazi ya nyumbani

Huusufgabe

nambari

Zahl

jumlisha

addiere

ondoa

subtrahiere

zidisha

multipliziere

kokotoa

rächne

barua

Buechstabe

alfabeti

Alphabet

neno

Wort

maandishi

Text

kusoma

läse

chaki

Kriide

somo

Lektion

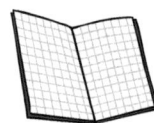

sajili

Klassäbuech

uchunguzi

Prüefig

cheti

Zügnis

sare za shule

Schueluniform

elimu

Usbildig

elezo

Enzyklopädie

chuo kikuu

Universität

darubini

Mikroskop

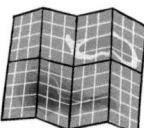

ramani

Charte

kikapu cha kuweka karatasi chafu

Papierchorb

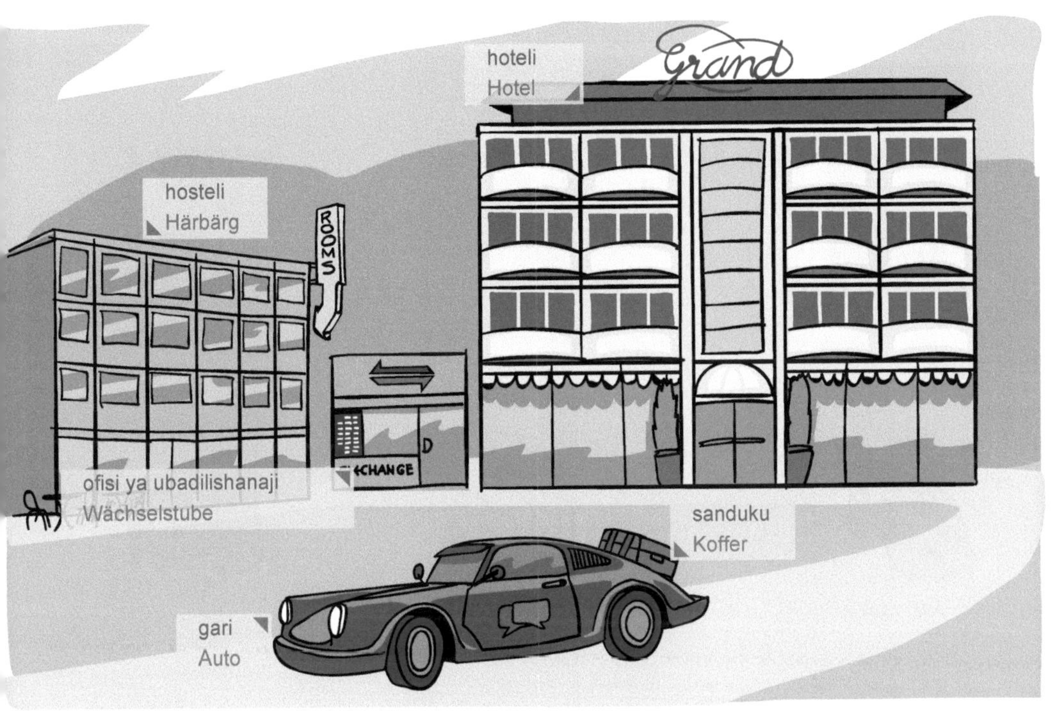

hoteli
Hotel
Grand
hosteli
Härbärg
ROOMS
ofisi ya ubadilishanaji
Wächselstube
sanduku
Koffer
gari
Auto

lugha

Sprach

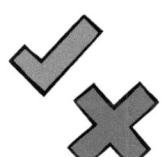

ndiyo / la

jo / nei

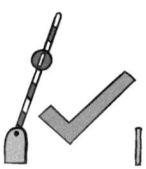

sawa

okay

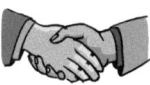

hujambo

Hallo

mtafsiri

Dolmetscher

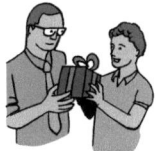

Asante

Dankä

kiasi gani ni ...?

Was chostet...?

Sielewi

Ich vrstahs nöd

tatizo

Problem

Jioni njema!

Guete Abig!

Habari za asubuhi!

guete Morgä!

Usiku mwema!

guete Abig!

kwa heri

Uf Wiederseh

mwelekeo

Richtig

mizigo

Bagaasch

mfuko

Täsche

shanta

Rucksack

mgeni

Gast

chumba

Ruum

begi la kulalia

Schlafsack

hema

Zält

taarifa ya utalii

Touristeninformation

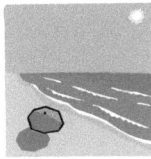

ufuo

Strand

kadi

Kreditkarte

kifunguakinywa

Zmorge

chakula cha mchana

Zmittag

chakula cha jioni

Znacht

tiketi

Billet

kuinua

Ufzug

muhuri

Briefmarke

mpaka

Gränze

mila

Zoll

ubalozi

Botschaft

visa

Visum

pasipoti

Pass

usafiri
Transport

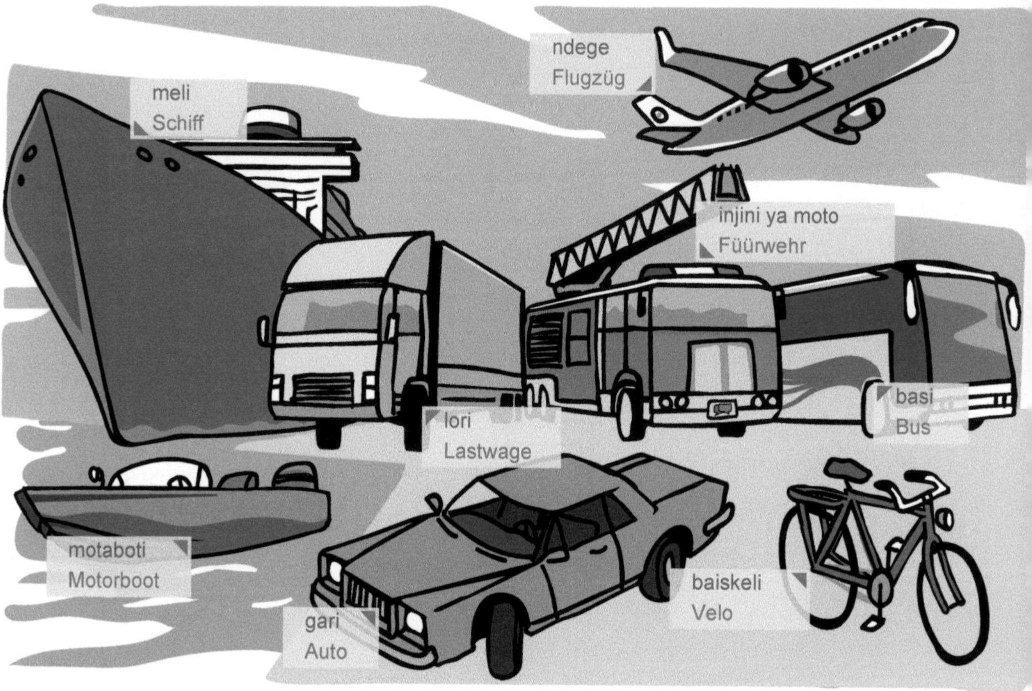
ndege
Flugzüg
meli
Schiff
injini ya moto
Füürwehr
basi
Bus
lori
Lastwage
motaboti
Motorboot
baiskeli
Velo
gari
Auto

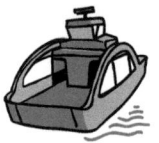

feri

Fähri

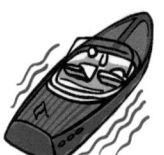

mashua

Boot

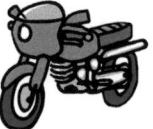

pikipiki

Töff

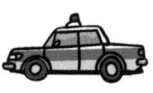

gari la polisi

Polizeiauto

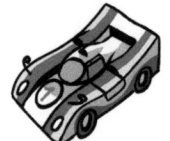

gari la mashindano

Rännauto

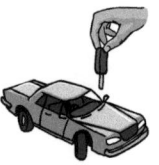

gari la kukodisha

Mietwage

kushiriki gari

Carsharing

lori la kuvuta

Abschleppwage

ukusanyaji taka

Chübelwage

motor

Motor

mafuta

Benzin

kituo cha mafuta

Tankstell

ishara trafiki

Verkehrsschild

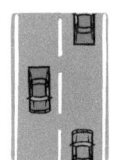

trafiki

Verchehr

msongamano

Stau

maegesho

Parkplatz

kituo cha treni

Bahnhof

reli

Schiene

garimoshi

Zug

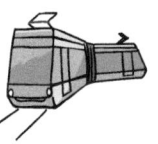

tremu

Strassebahn

gari la mizigo

Wagon

helikopta

Helikopter

uwanja wa ndege

Flughafe

mnara

Tower

abiria

Passagier

chombo

Container

katoni

Karton

mkokoteni

Chare

kikapu

Korb

ondoka

starte / lande

jiji

Stadt

kijiji

Dorf

katikati ya jiji

Stadtzentrum

nyumba

Huus

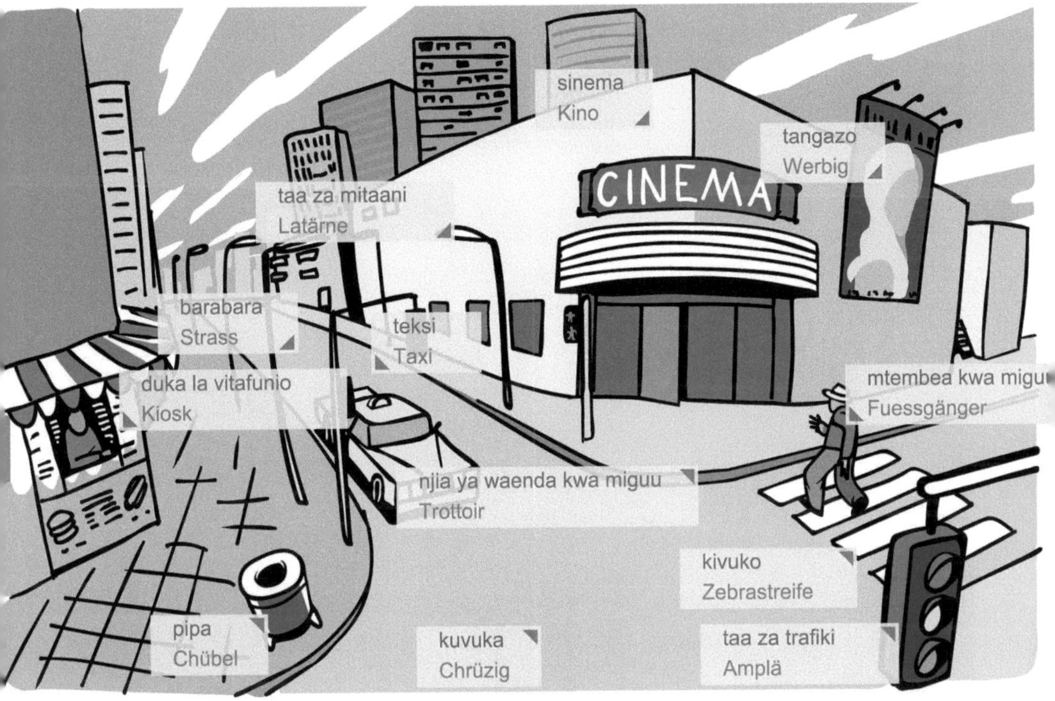

sinema
Kino

tangazo
Werbig

taa za mitaani
Latärne

barabara
Strass

teksi
Taxi

duka la vitafunio
Kiosk

mtembea kwa miguu
Fuessgänger

njia ya waenda kwa miguu
Trottoir

kivuko
Zebrastreife

pipa
Chübel

kuvuka
Chrüzig

taa za trafiki
Amplä

kibanda
Hütte

gorofa
Wohnig

kituo cha treni
Bahnhof

ukumbi wa mji
Gmeindshuus

Makavazi
Museum

shule
Schuel

chuo kikuu

Universität

benki

Bank

hospitali

Spital

hoteli

Hotel

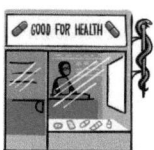

duka la dawa

Apotheke

ofisi

Büro

duka la kitabu

Buechgschäft

duka

Gschäft

duka la maua

Bluemelade

dukakuu

Läbensmittellade

soko

Märt

idara ya kuhifadhi

Chaufhuus

mwuza samaki

Fischhändler

kituo cha ununuzi

Iihkaufszentrum

bandari

Hafe

Hifadhi

Park

benki

Bank

daraja

Brugg

vidato

Stäge

chini ya ardhi

U-Bahn

handaki

Tunnell

kituo cha mabasi

Bushaltestell

bar

Bar

mgahawa

Restaurant

sanduku la posta

Briefchastä

ishara ya barabara

Strasseschild

mita ya maegesho

Parkuhr

bustani ya wanyama

Zolli

kidimbwi cha kuogelea

Badi

msikiti

Moschee

shamba

Buurehof

uchafuzi

Umwältvrschmutzig

makaburini

Fridhof

kanisa

Chile

uwanja wa michezo

Spielplatz

hekalu

Tämpel

mazingira
Landschaft

jani
Blatt

ishara ya mwelekeo
Wägwiiser

njia
Wäg

malisho
Wise

jiwe
Stei

mtembeaji wa masafa
Wanderer

mti
Baum

mto
Fluss

nyasi
Gras

ua
Bluamä

bonde

Tal

kilima

Bärg

ziwa

See

msitu

Wald

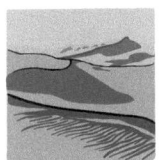

jangwa

Wüeschti

volkano

Vulkan

ngome

Schloss

upinde wa mvua

Rägeboge

uyoga

Pilz

mtende

Palme

mbu

Moskito

kuruka

Fliege

chungu

Ameise

nyuki

Biendli

buibui

Spinne

mende

Chäfer

chura

Frosch

kuchakuro

Eichhörnli

nungunungu

Igel

sungura

Haas

bundi

Üle

ndege

Vogu

swan

Schwan

nguruwe mwitu

Wildschwein

kulungu

Hirsch

aina ya kongoni

Elch

bwawa

Damm

tabo ya upepo

Windturbine

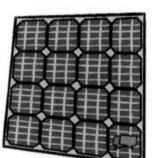

nishaji ya jua

Sunnekollektor

hali ya hewa

Klima

mgahawa
Restaurant

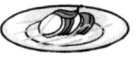

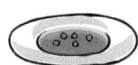

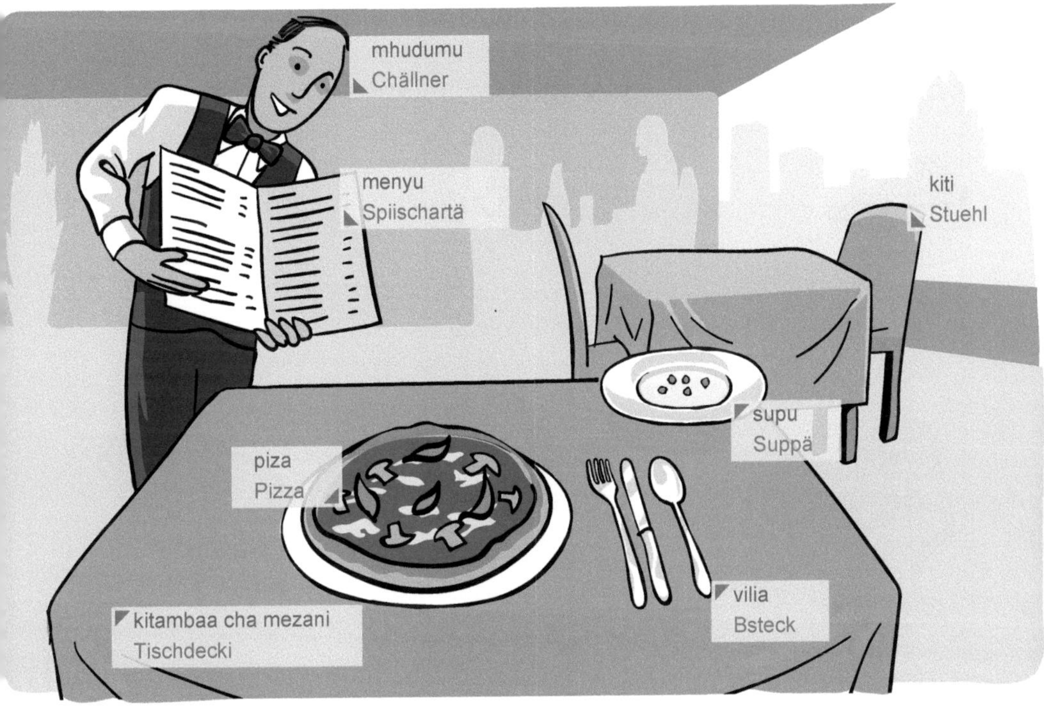

mhudumu
Chällner
menyu
Spiischartä
kiti
Stuehl
supu
Suppä
piza
Pizza
vilia
Bsteck
kitambaa cha mezani
Tischdecki

kiamsha hamu

Vorspiies

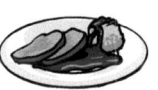

kozi kuu

Hauptgricht

kitindamlo

Dessert

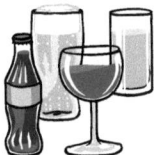

vinywaji

Getränk

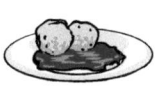

chakula

Läbensmittel

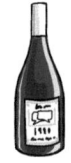

chupa

Fläsche

chakula cha haraka

Fast Food

Streetfood

Street Food

buli

Teechanne

kisanduku cha sukari

Zuckerdosä

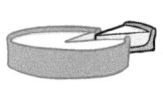

sehemu

Portion

mashine ya espresso

Espressomaschine

kiti kirefu

Hochstuehl

muswada

Rächnig

trei

Tablett

kisu

Mässer

uma

Gable

kijiko

Löffel

kijiko cha chai

Teelöffel

nepi

Serviette

glasi

Glas

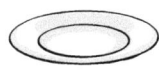

sahani

Täller

sahani ya supu

Suppetällär

sufuria

Untertasse

mchuzi

Sose

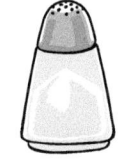

kichanyaji chumvi

Salzstreuer

kinu cha pilipili

Pfäffermühli

siki

Essig

mafuta

Öl

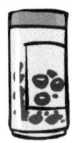

viungo

Gwürz

kechapu

Ketchup

haradali

Sänf

kachumbari nzito

Mayonnaise

dukakuu

Läbensmittellade

ofa maalum
Ahgebot
FOR
mteja
Chund
maziwa
Milchprodukt
matunda
Frücht
toroli
lichaufswage

BUTCHERS

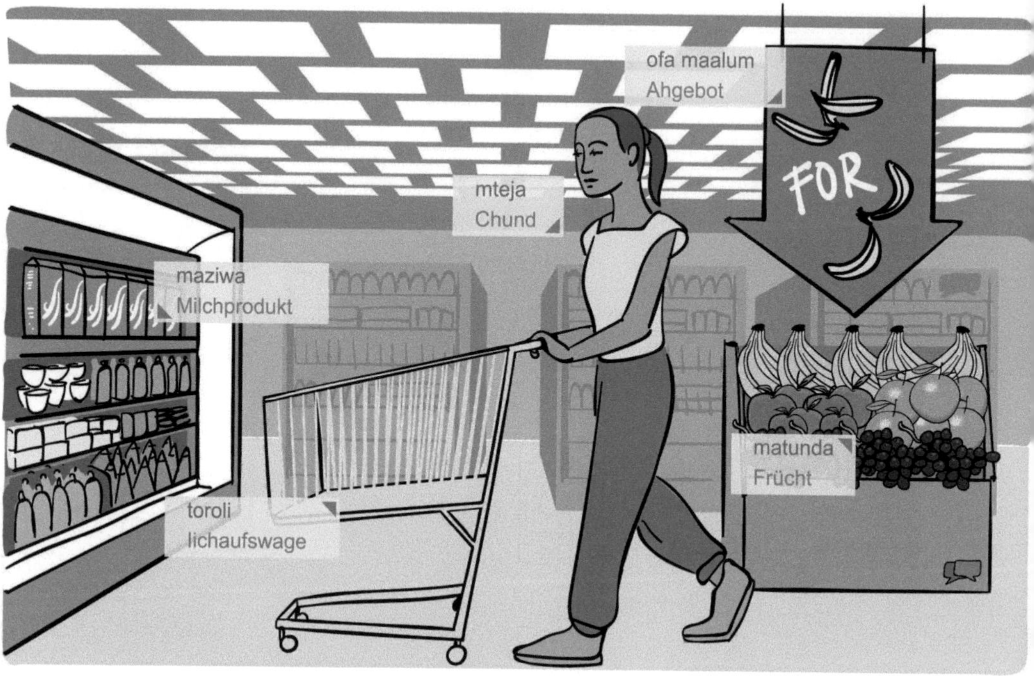

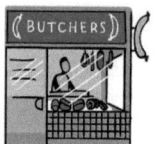

mchinjaji

Schlachter

BAKERY

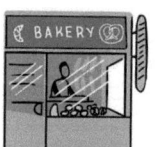

mwokaji

Beck

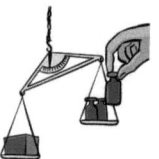

uzito

wiege

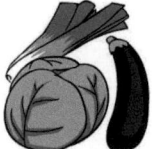

mboga

Gmües

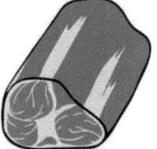

nyama

Fleisch

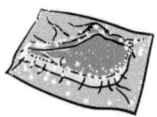

chakula waliohifadhiwa

Tiefkühlprodukt

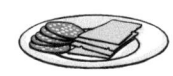

vipande vya nyama baridi

Ufschnitt

chakula cha kopo

die Konsärve

sabuni ya unga

Wöschmittel

pipi

Süessigkeite

bidhaa za kaya

Huushaltartikel

bidhaa za kusafisha

Putzmittel

mtu mauzo

Verchäuferin

mpaka

Kassä

keshia

Kassierer

orodha ya manunuzi

Ihchaufsliste

masaa ya ufunguzi

Öffnigszite

mkoba

das Portemonnaie

kadi

Kreditkarte

mfuko

Täsche

mfuko wa plastiki

Plastiksack

maji

Wasser

sharubati

Saft

maziwa

Milch

coke

Cola

mvinyo

Wii

bia

Bier

pombe

Alkohol

kakao

Ovi

chai

Tee

kahawa

Kafi

spreso

Espresso

kapuchino

Cappuccino

ndizi

Banane

tufaha

Öpfel

machungwa

Orange

tikiti

Melone

lemon

Zitrone

karoti

Rüebli

kitunguu saumu

Chnoobli

mianzi

Bambus

kitunguu

Zwiblä

uyoga

Pilz

karanga

Nüss

nudo

Nudle

spageti

Spaghetti

mpunga

Riis

saladi

Salat

vibanzi

Pommfrit

viazi vya kukaanga

Bratherdöpfel

piza

Pizza

hambaga

Hamburgär

sandwichi

Sandwich

kipande

Gotlett

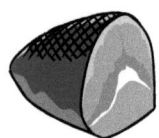

paja la mnyama

Schinkä

salami

Salami

soseji

Würschtli

kuku

Huehn

choma

Bratä

samaki

Fisch

oats ya uji

Haferflocke

muesli

Müesli

cornflakes

Cornflakes

unga

Mähl

kroisanti

Gipfeli

andazi

Brötli

mkate

Brot

mkate wa kubanika

Toscht

biskuti

Guetzli

siagi

Butter

maziwa mgando

Quark

keki

Chueche

yai

Ei

yai kukaanga

Spiegelei

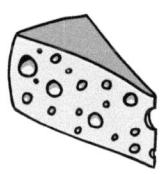

jibini

Chäs

aiskrimu

Glace

sukari

Zucker

asali

Honig

jemu

Gonfi

kuenea kwa chokoleti

Nougat-Creme

mchuzi wa viungo

Curry

chakula - Läbensmittel

shamba
Buurehof

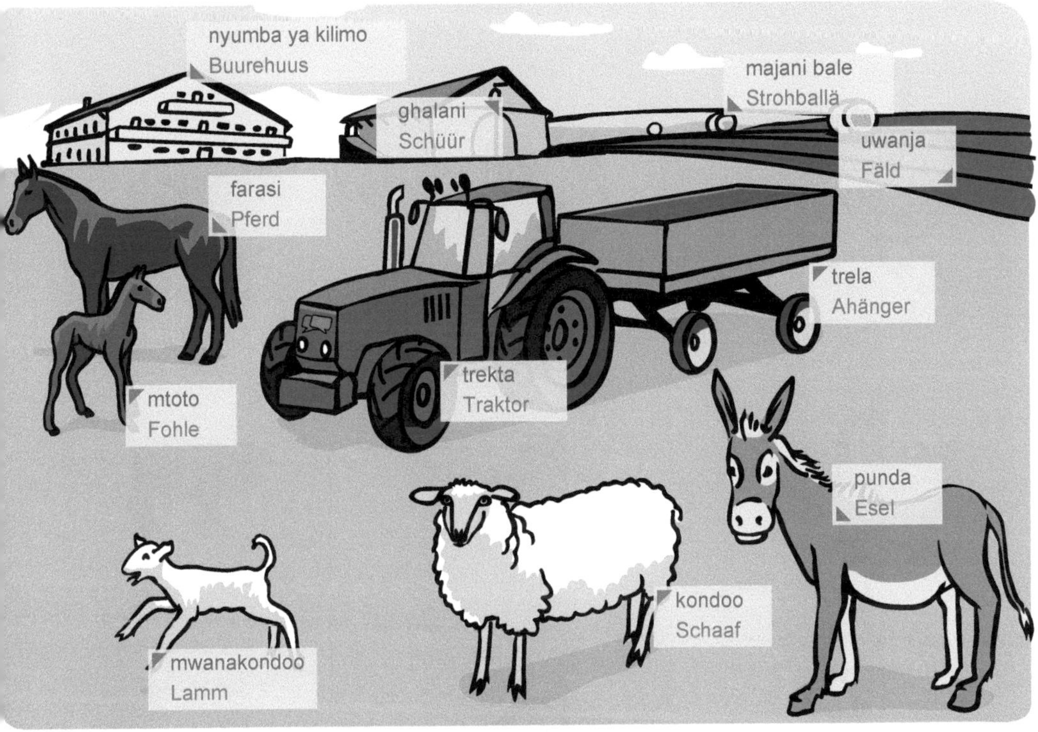
nyumba ya kilimo
Buurehuus
ghalani
Schüür
majani bale
Strohballä
uwanja
Fäld
farasi
Pferd
trela
Ahänger
trekta
Traktor
mtoto
Fohle
punda
Esel
kondoo
Schaaf
mwanakondoo
Lamm

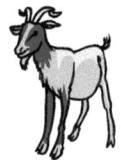

mbuzi

Geiss

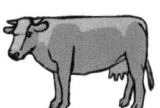

ng'ombe

Chueh

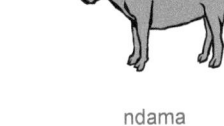

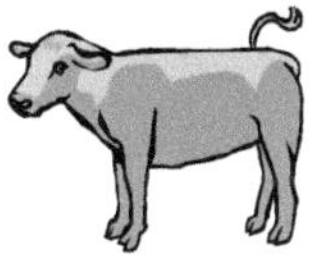

ndama

Chalb

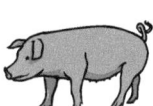

nguruwe

Sau

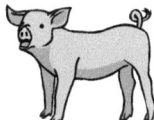

mwananguruwe

Ferkel

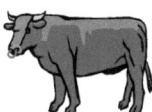

fahali

Rind

batabukini

Gans

bata

Änte

kifaranga

Küke

kuku

Huähn

jogoo

Güggel

panya

Ratte

paka

Chatz

panya

Muus

ng'ombe

Ochse

mbwa

Hund

nyumba ya mbwa

Hundehütte

bomba la bustani

Garteschluuch

debe la kumwagilia maji

Giesschanne

fyekeo

Sägese

kulima

Pflueg

mundu
Sichel

jembe
Hacke

uma wa nyasi
Heugable

shoka
Axt

toroli
Garette

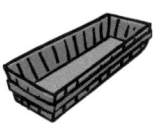

kupitia nyimbo
Trog

chombo cha maziwa
Milchchanne

gunia
Sack

ua
Haag

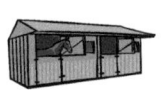

imara
Gadä

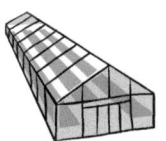

chafu
Gwächshuus

udongo
Bode

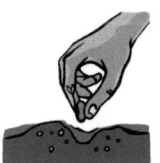

mbegu
Soome

mbolea
Dünger

kivunaji
Mähdrescher

mavuno

ärnte

mavuno

Ärnte

viazi vikuu

Yamswurzle

ngano

Weize

soya

Soja

viazi

Härdöpfel

mahindi

Mais

rapa

Raps

mti wa matunda

Obstbaum

muhogo

Maniok

nafaka

Getreide

nyumba
Huus

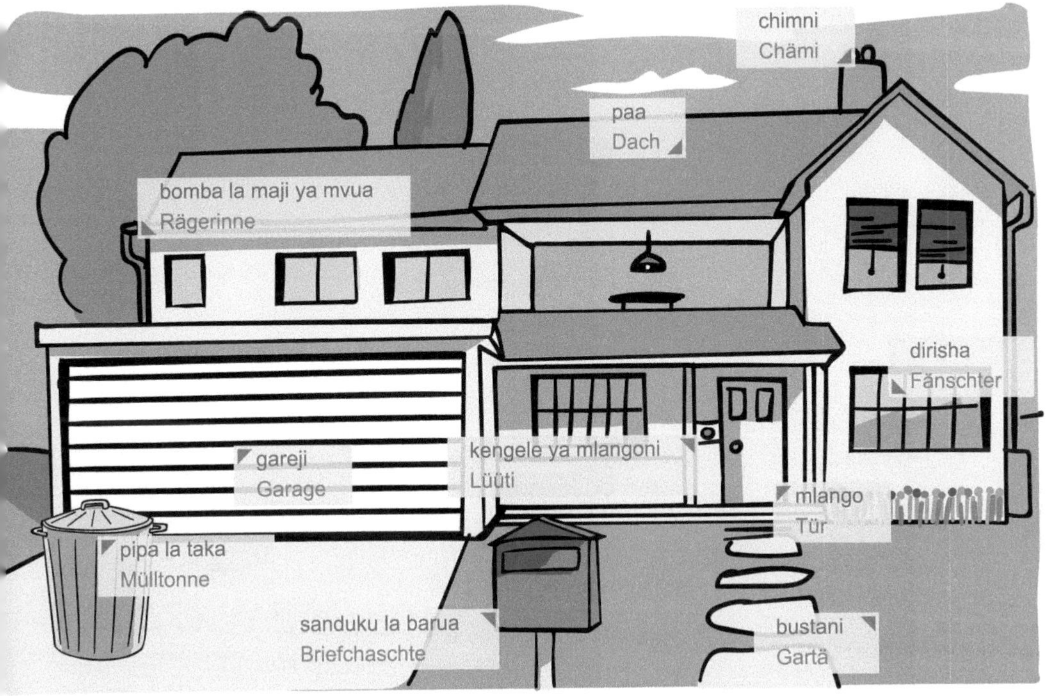
chimni
Chämi
paa
Dach
bomba la maji ya mvua
Rägerinne
dirisha
Fänschter
gareji
Garage
kengele ya mlangoni
Lüüti
mlango
Tür
pipa la taka
Mülltonne
sanduku la barua
Briefchaschte
bustani
Gartä

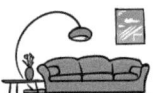

sebuleni

Stubä

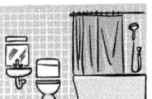

bafu

Badzimmer

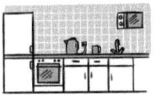

jikoni

Chuchi

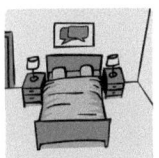

chumba cha kulala

Schlofzimmer

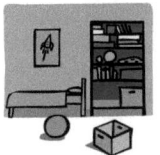

chumba ya mtoto

Chinderzimmer

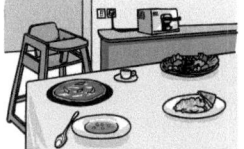

chumba cha kulia

Ässzimmer

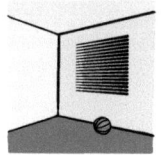

sakafu

Bodä

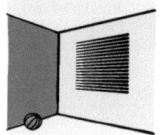

ukuta

Wand

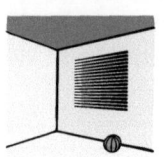

dari

Decki

pishi

Chäller

sauna

Sauna

roshani

Balkon

mtaro

Terasse

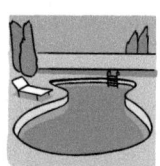

kidimbwi

Pool

mashine ya kukata nyasi

Rasemäier

karatasi

Bettbezug

kitambaa cha kupamba
kitanda

Bettdecki

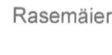

kitanda

Bett

ufagio

Bäse

ndoo

Chübel

kubadili

Schalter

sebuleni
Stubä

mandhari
Tapete
picha
Bild
taa
Lampä
rafu
Regal
kabati
Schrank
televisheni/runinga
Färnseh
mekoni
Kamin
ua
Bluamä
mto
Chüssi
sofa
Sofa
chombo cha maua
Vasä
kitenzambali
Färnbedienig

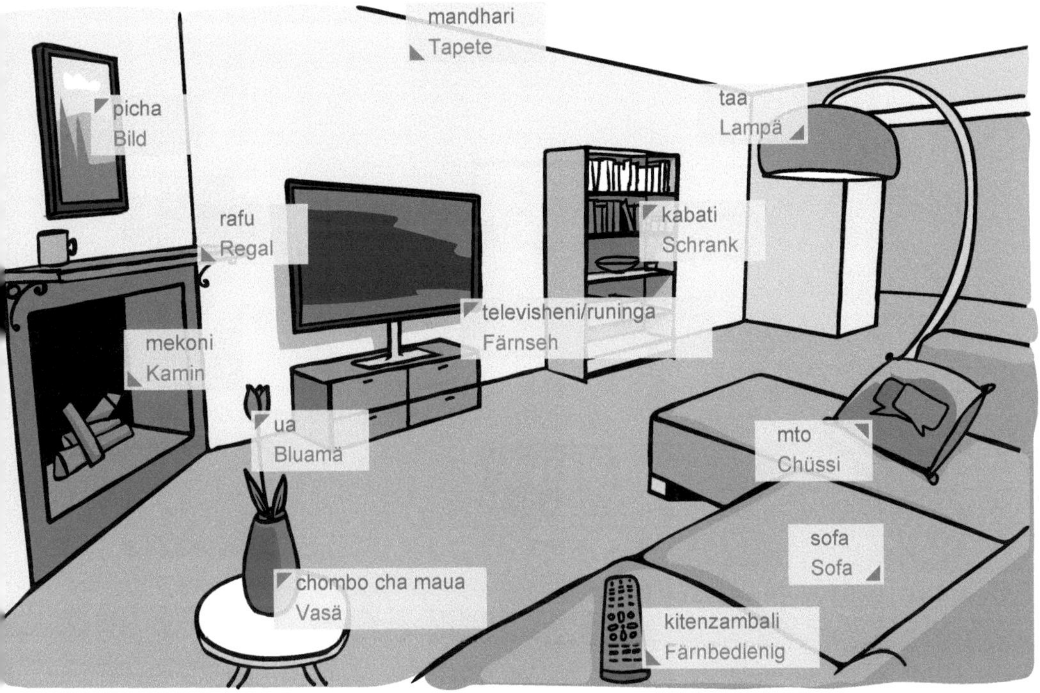

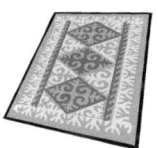

zulia
Teppich

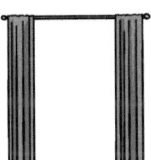

pazia
Vorhang

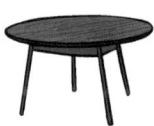

meza
Tisch

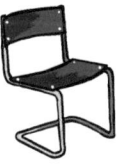

kiti
Stuehl

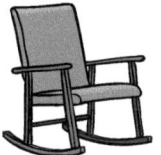

kiti cha bembea
Schaukelstuehl

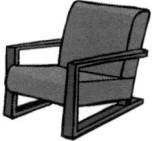

armchair
Sässel

kitabu

Buech

blanketi

Decki

mapambo

Dekoration

kuni

Füürholz

filamu

Film

kifaa cha hi-fi

Stereoahlag

ufunguo

Schlüssel

gazeti

Ziitig

uchoraji

Bild

bango

Poster

redio

Radio

daftari

Notizblock

kifyonza

Staubsuuger

dungusi kakati

Kaktus

mshumaa

Chärze

jikoni
Chuchi

jokofu
Chüelschrank
kikanza
Mikrowällä
wadogo jikoni
Chuchiwaag
kibaniko
Toaster
sabuni
Wöschmittel
stovu
Ofä
friza
Gfrierfach
pipa la taka
Mülltonne
mashine ya kuoshea vyombo
Gschirrspüeler

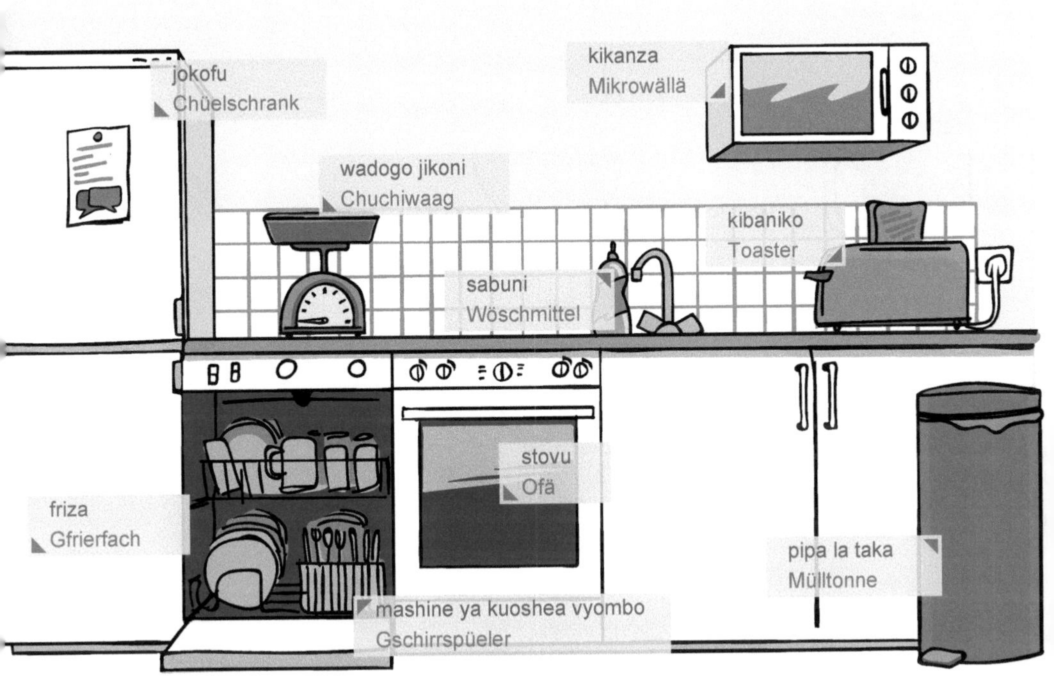

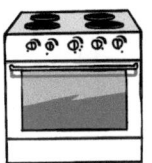

jiko la kupika

Härd

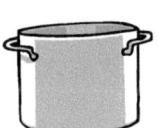

chungu

Topf

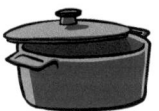

sufuria ya chuma

Iisetopf

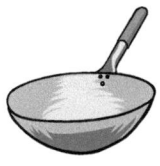

wok / kadai

Wok / Kadai

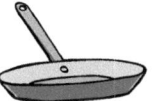

kaango

Pfanne

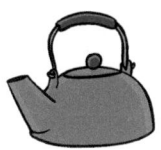

birika

Wasserchocher

stima

Dampfer

sinia ya kuoka

Bachbläch

vyombo vya udongo

Gschirr

kombe

Bächer

bakuli

Schale

vijiti vya kulia

Stäbli

ukawa

Suppechellä

mwiko mpana

Pfannewänder

burashi

Schneebäse

kichujio

Sieb

chujio

Sieb

mbuzi

Raffle

chokaa

Mörser

barbeque

Grill

moto wazi

Füürstell

ubao wa majaribio

Schniidbrätt

kijiti cha kusukuma unga

Nudelholz

kizibuo

Korkäzieher

kopo

Dosä

inaweza kopo

Dosäöffner

kishikio cha chungu

Topflappä

karo

Wöschbecki

brashi

Bürste

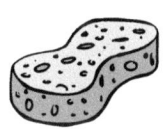

sifongo

Schwumm

kisagaji matunda

Mixer

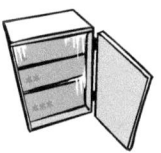

friji ya kina

Gfrierschrank

chupa ya mtoto

Babyfläschli

bomba

Hahnä

bafu

Badzimmer

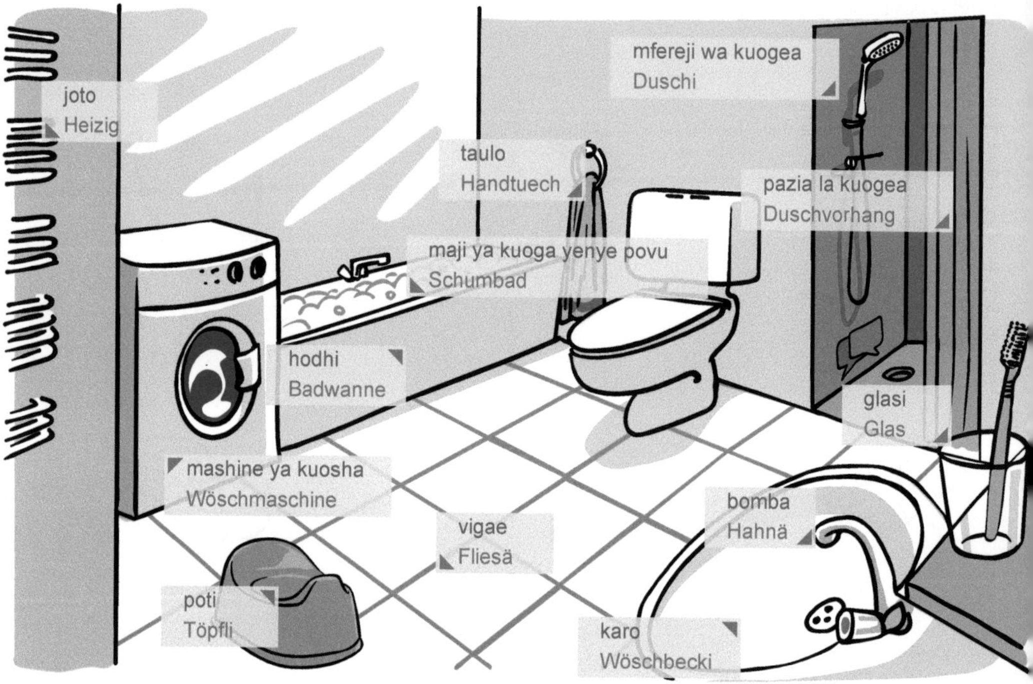
joto
Heizig
mfereji wa kuogea
Duschi
taulo
Handtuech
pazia la kuogea
Duschvorhang
maji ya kuoga yenye povu
Schumbad
hodhi
Badwanne
glasi
Glas
mashine ya kuosha
Wöschmaschine
bomba
Hahnä
vigae
Fliesä
poti
Töpfli
karo
Wöschbecki

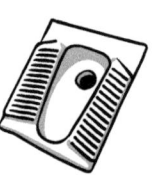

choo

Toilette

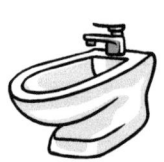

choo cha squat

Plumpsklo

beseni la mviringo

Bidet

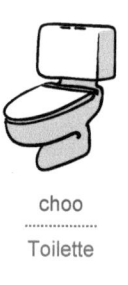

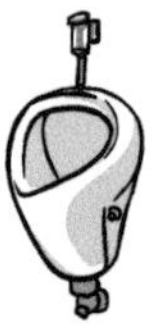

choo cha umma

Pissoir

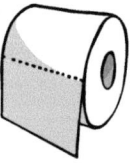

shashi

Toilettepapier

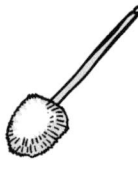

brashi ya choo

Toilettebürschteli

mswaki

Zahbürstä

dawa ya meno

Zahpasta

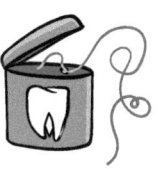

dawa ya meno

Zahnsiide

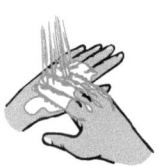

safisha

wäsche

kuoga mkono

Handduschi

msukumo wa maji

Intiimduschi

bonde

Wöschbecki

mpako wa pili

Ruggäbürste

sabuni

Seifä

jeli ya kuogea

Duschgel

shampuu

Shampoo

flana

Waschlappä

toa maji

Abfluss

krimu

Creme

kiondoa harufu

Deo

kioo

Spiegel

kioo mkono

Handspiegel

kinyozi

Rasierer

povu la kunyoa

Rasierschuum

baada ya kunyoa

Aftershave

kichana

Schträäl

brashi

Bürstä

kikausha nywele

Föhn

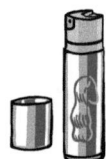

marashi ya nyewele

Hoorspray

vipodozi

Makeup

kidomwa

Lippestift

varnish ya msumari

Nagellack

pamba

Wattä

mkasi wa kucha

Nagelscher

manukato

Parfum

mkoba wa kuosha

Necessaire

kinyesi

Schemel

mizani

Waag

nguo ya kuoga

Badmantel

glavu za mpira

Gummihändscheh

kisodo

Tampon

sodo

Damebinde

kemikali choo

chemischi Toilette

chumba ya mtoto
Chinderzimmer

saa ya kengele
Wecker
kidoli cha kupakata
Kuscheltier
gari bandia
Spielzügauto
kelele
Rassle
chumba cha midoli
Puppehuus
sasa
Gschänk

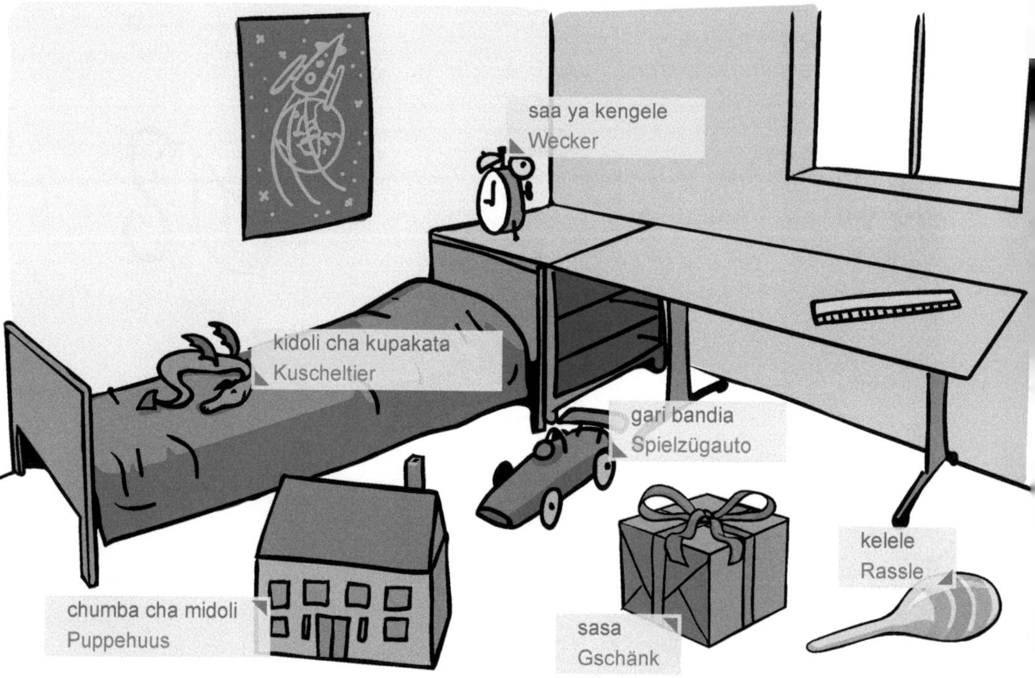

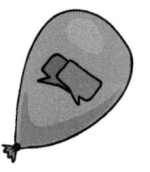

baluni

Ballon

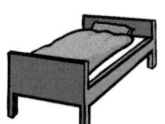

kitanda

Bett

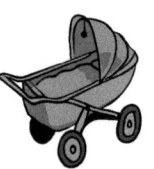

mashua

Chinderwage

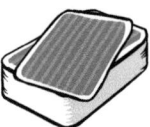

staha ya kadi

Chartespiel

mchezo-fumb

Puzzle

SUPER
MEGA

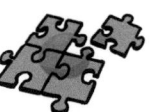

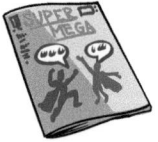

vichekesho

Comic

matofali lego

Legos

vitalu mwigo

Baustei

hatua takwimu

Action Figur

suti ya kulalia

Strampli

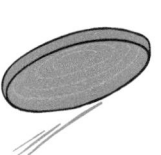

kisahani

Frisbee

simu

Mobile

ubao wa michezo

Brättspiel

kete

Würfäl

garimoshi mwigo

Modellisebahn

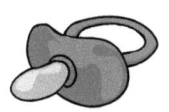

dummy

Nuggi

chama

Party

picha kitabu

Bilderbuch

mpira

Ball

kikaragosi

Puppä

kucheza

spiele

shimo la mchanga

Sandchaschte

bembea

Gigampfi

vitu bandia

Spielzüg

kiweko cha video ya mchezo

Videospielkonsole

baiskeli ya magurudumu

Dreirad

matatu

mwanasesere

Teddy

kabati

Chleiderschrank

soksi

Sockä

stokingi

Strümpf

kibano

Strumpfhosä

skafu
Schal

ukanda
Gürtel

mwavuli
Rägeschirm

fulana
T-Shirt

wakufunzi
Turnschueh

viatu
Stiefel

ndara
Badschlappe

malapa
Sandalä

viatu
Schueh

mabuti ya mpira
Gummistiefel

suruali ya ndani
Untrhosä

sidiria
BH

fulana
Underlibli

mwili

Body

suruali

Hosä

dangirizi

Jeans

sketi

Rock

blauzi

Bluse

shati

Hömli

vuta

Pulli

sweta

Kapuzepulli

bleza

Blazer

jaketi

Jacke

koti

Mantel

koti la mvua

Rägämantel

maleba

Chostüm

gauni

Chleid

mavazi ya harusi

Hochziitskleid

suti

Ahzug

vazi la usiku

Nachthömli

pajama

Pyjama

sari

Sari

skafu

Chopftuäch

kilemba

Turban

burka

Burka

kaftan

Kaftan

abaya

Abaya

vazi la kuogelea

Badchleid

vazi la kiume la kuogelea

Badhose

kaptura

churzi Hosä

teitei

Trainer

aproni

Schürze

glavu

Händsche

kifungo

Chnopf

glasi

Brüllä

bangili

Armband

mkufu

Chetti

pete

Ring

herini

Ohrering

kofia

Chappe

kiango cha koti

Chleiderbügel

kofia

Huet

tai

Grawattä

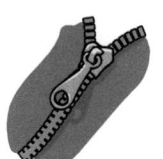

zipu

Riissverschluss

kofia

Helm

kanda za suruali

Hosäträger

sare za shule

Schueluniform

sare

Uniform

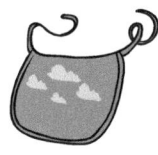

bibu

Lätzli

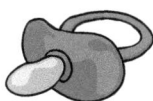

dummy

Nuggi

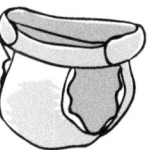

nepi

Windle

ofisi

Büro

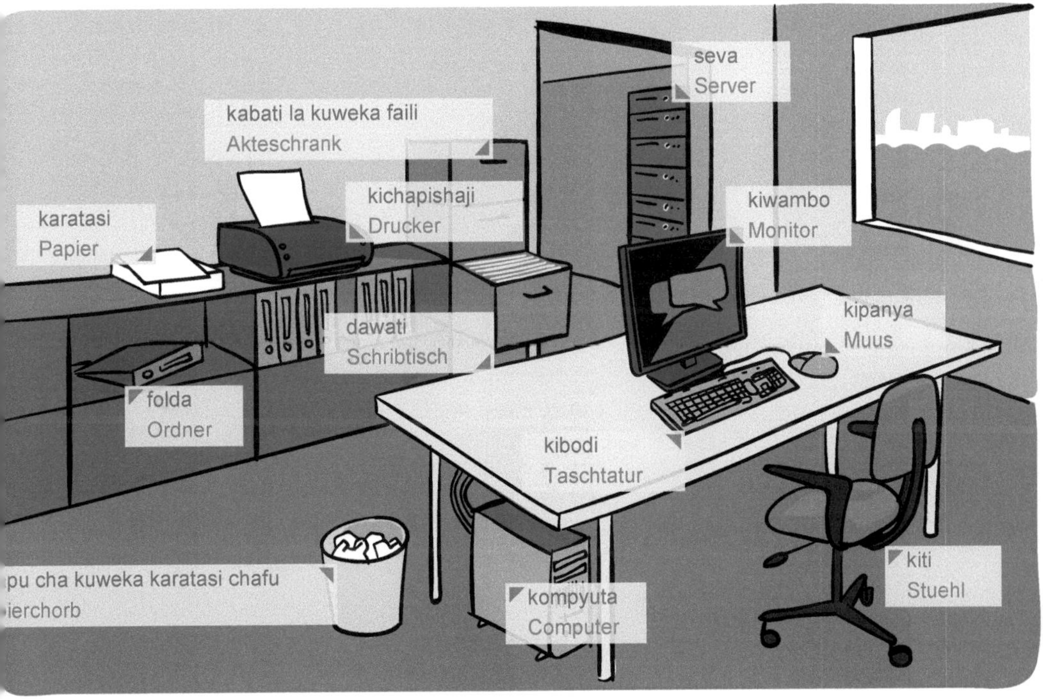

seva
Server
kabati la kuweka faili
Akteschrank
kichapishaji
Drucker
karatasi
Papier
kiwambo
Monitor
kipanya
Muus
dawati
Schribtisch
folda
Ordner
kibodi
Taschtatur
pu cha kuweka karatasi chafu
ierchorb
kiti
Stuehl
kompyuta
Computer

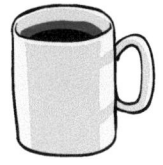

kmobe la kahawa

Kafibächer

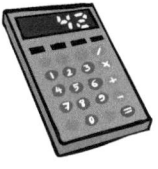

kikokotoo

Tascherächner

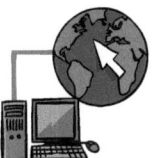

biashara

Internet

mbali

Laptop

barua

Brief

ujumbe

Nochricht

rununu

Mobiltelefon

intaneti

Netzwärk

fotokopia

Kopierer

programu

Software

simu

Telefon

soketi

Steckdosä

kipepesi

Fax

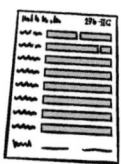

fomu

Formular

hati

Dokumänt

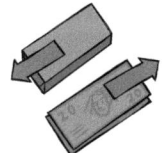

kununua

chaufe

kulipa

zahle

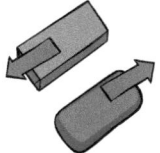

biashara

handle

fedha

Gäld

dola

Dollar

yuro

Euro

yeni

Yen

rouble

Rubel

faranga ya Uswisi

Frankä

renminbi yuan

Renminbi Yuan

rupia

Rupie

eneo la kulipia

Gäldautomat

ofisi ya ubadilishanaji

Wächselstube

dhahabu

Gold

fedha

Silber

mafuta

Öl

nishati

Energie

bei

Priis

mkataba

Vertrag

kodi

Stüür

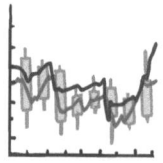

bidhaa

Aktie

kazi

schaffe

mfanyakazi

Mitarbeiter

mwajiri

Arbeitgeber

kiwanda

Fabrik

duka

Gschäft

afisa wa polisi
Polizischt

mzimamoto
Füürwehrmaa

mpishi
Choch

daktari
Arzt

rubani
Pilot

mtunza bustani

Gärtner

seremala

Zimmermah

mshonaji

Näheri

hakimu

Richter

mwanakemia

Chemiker

muigizaji

Darsteller

dereva wa basi

Busfahrer

dereva wa teksi

Taxifahrer

mvuvi

Fischer

mwanamke wa kusafisha

Putzfrau

mwezekaji

Dachdecker

mhudumu

Chällner

mwindaji

Jäger

mchoraji

Moler

mwokaji

Bäcker

umeme

Elektriker

mjenzi

Bauarbeiter

mhandisi

Ingenieur

mchinjaji

Schlachter

fundi bomba

Klämpner

mwanaposta

Pöschtler

mwanajeshi

Soldat

msanifu majengo

Architekt

keshia

Kassierer

muuza maua

Florischt

msusi

Frisör

kondakta

Kontrolleur

mekanika

Mechaniker

nahodha

Kapitän

daktari wa meno

Zahnarzt

mwanasayansi

Wüsseschaftler

rabbi

Rabbi

imamu

Imam

mtawa

Mönch

kasisi

Pfarrer

zana
Werkzüüg

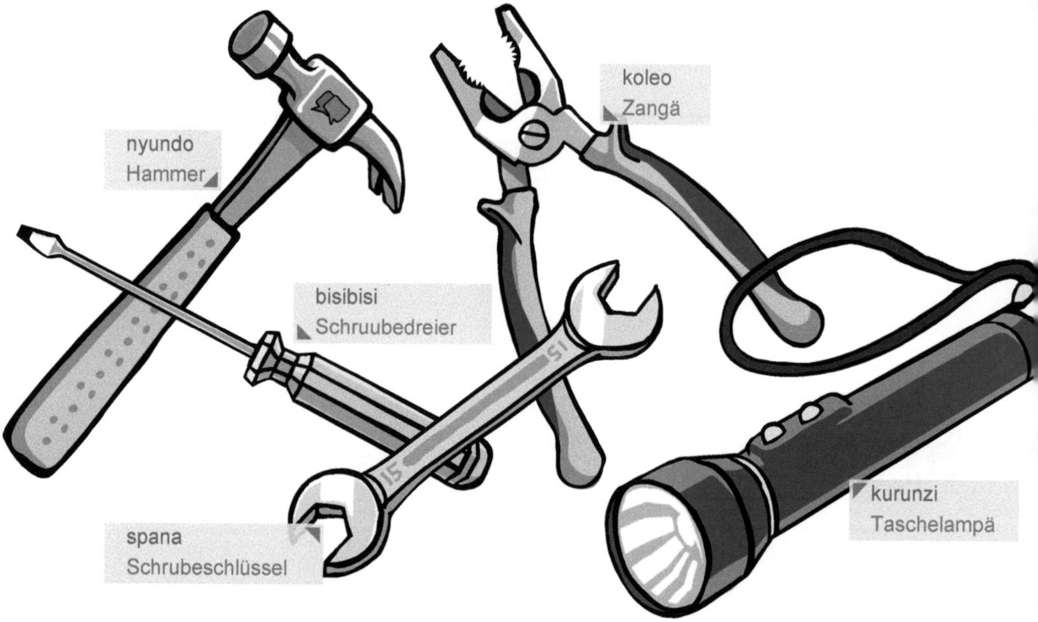

nyundo
Hammer
koleo
Zangä
bisibisi
Schruubedreier
kurunzi
Taschelampä
spana
Schrubeschlüssel

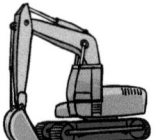

mchimbaji
Bagger

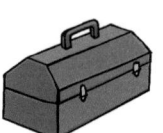

sanduku la vifaa
Werkzüügchaschte

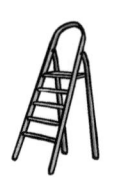

ngazi
Leitere

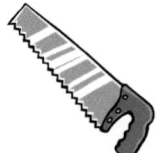

msumeno
Sagi

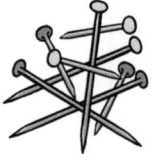

misumari
Negel

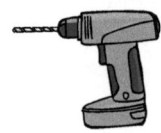

kuchimba visima
Bohrer

kukarabati

flicke

sepetu

Schufle

Lo!

Mischt!

kishikio cha uchafu

Ascheschufle

chungu cha rangi

Farbchübel

skurubu

Schruube

ala za muziki
Musiginstrumänt

mpangilio wa ngoma
Schlagzüüg

spika
Luutsprächer

gita
Gitarre

besi mara mbili
Kontrabass

tarumbeta
Trompetä

piano

Klavier

fidla

Violine

ubeji

Bass

timpani

Pauke

ngoma

Trummle

kibodi

Keyboard

saksafoni

Saxophon

filimbi

Flöte

maikrofoni

Mikrofon

bustani ya wanyama

Zolli

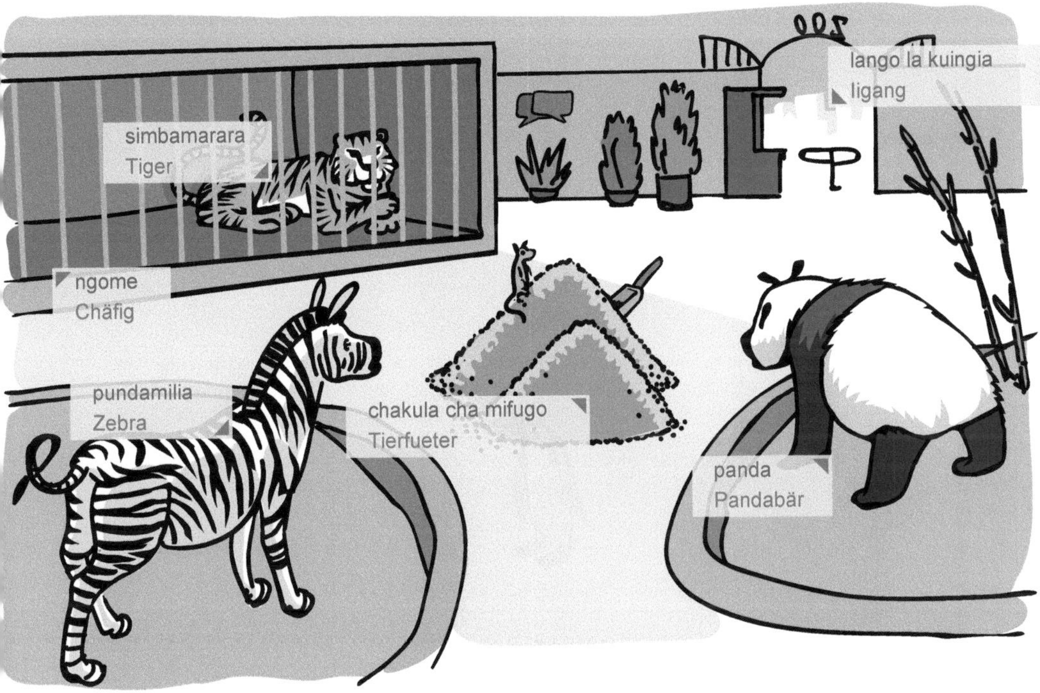

lango la kuingia
Iigang
simbamarara
Tiger
ngome
Chäfig
pundamilia
Zebra
chakula cha mifugo
Tierfueter
panda
Pandabär

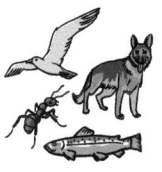

wanyama

Tier

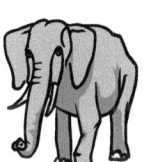

tembo

Elefant

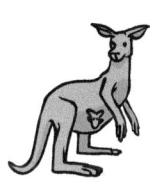

kangaruu

Känguru

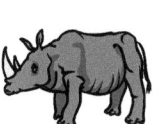

kifaru

Nashorn

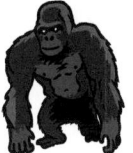

sokwe

Gorilla

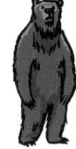

dubu

Bär

ngamia

Kamel

mbuni

Struss

simba

Leu

tumbili

Aff

heroe

Flamingo

kasuku

Papagei

dubu

Iisbär

penguini

Pinguin

papa

Hai

tausi

Pfau

nyoka

Schlangä

mamba

Krokodil

mtunza wanyama

Zoowärter

muhuri

Robbä

jaguar

Jaguar

mwanafarasi

Pony

chui

Leopard

kiboko

Nilpfärd

twiga

Giraff

tai

Adler

nguruwe mwitu

Wildschwein

samaki

Fisch

kobe

Schildkrot

sili

Walross

mbweha

Fuchs

paa

Gazelle

soka ya marekani
American Football

uendeshaji baiskeli
Velofahre

tenisi
Tennis

mpira wa kikapu
Basketball

kuogelea
Schwümmä

ndondi
Boxä

magongo ya barafuni
lishockey

soka
Fuessball

vinyoya
Badminton

riadha
Liechtathletik

mpira wa mikono
Handball

skii
Skifahre

polo
Polo

cheka
lachä

kuruka
springä

kumbatia
umarme

kutembea
gah

kuimba
singe

ota ndoto
troime

kuomba
bätte

busu
küssä

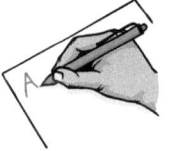

kuandika

schribe

kuteka

zeichne

angalia

zeige

sukuma

schiebe

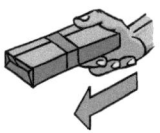

kutoa

gäh

kuchukua

näh

kuwa

händ

fanya

mache

kuwa

sy

kusimama

stah

kukimbia

laufe

vuta

zieh

kutupa

rüerä

kuanguka

fallä

hadaa

ligge

kusubiri

warte

kubeba

träge

kukaa

sitze

vaa nguo

ahzieh

usingizi

schlafe

kuamka

ufwache

kuangalia

ahluege

lia

brüele

kiharusi

striichle

chana nywele

bürste

ongea

redä

kuelewa

verschtah

kuuliza

froog

kusikiliza

lose

kunywa

trinke

kula

ässe

nadhifisha

ufruume

upendo

liebe

mpishi

chochä

gari

fahre

kuruka

flüge

meli
segle

kokotoa
rächne

kusoma
läse

kujifunza
leerä

kazi
schaffe

kuoa
hürate

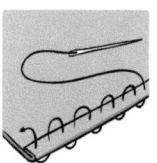

kushona
näije

piga mswaki
Zäh putze

kuua
töte

moshi
schlootä

kutuma
sände

familia
Familiä

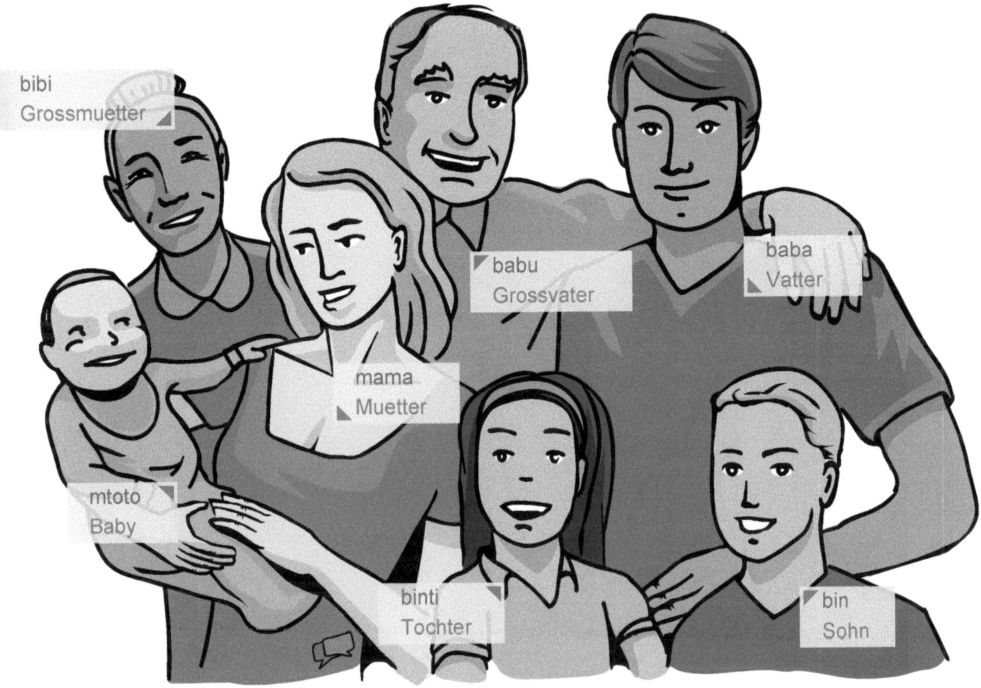
bibi
Grossmuetter
babu
Grossvater
baba
Vatter
mama
Muetter
mtoto
Baby
binti
Tochter
bin
Sohn

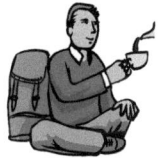

mgeni
Gast

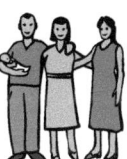

shangazi
Tante

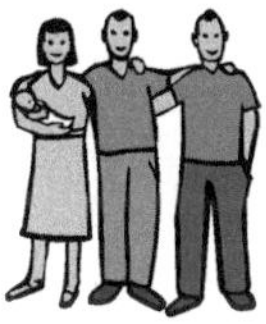

mjomba
Unkel

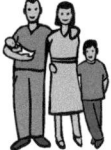

kaka
Brüeder

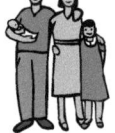

dada
Schwöschter

mwili

Körpär

paji la uso
Stirn
jicho
Aug
bega
Schultere
kidole
Fingär
uso
Gsicht
kidevu
Chüni
mkono
Hand
matiti
Bruscht
mguu
Bei
mkono
Arm

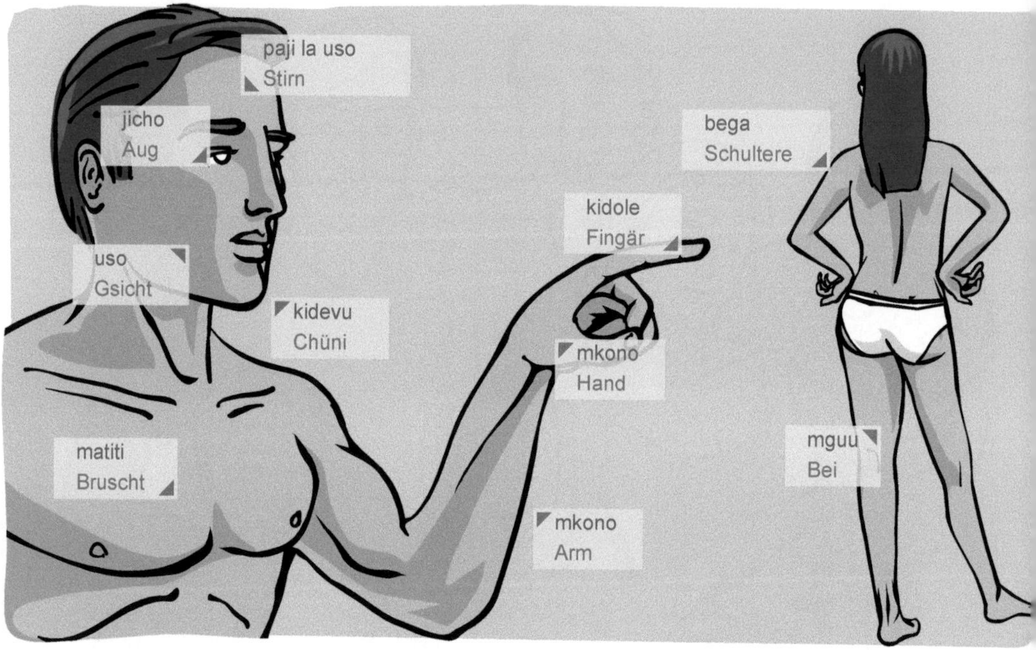

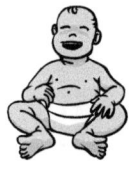

mtoto

Baby

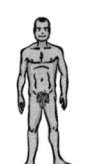

mwanamume

Mah

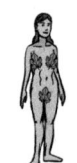

mwanamke

Frau

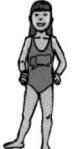

msichana

Meitli

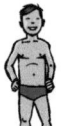

mvulana

Bueb

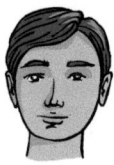

kichwa

Chopf

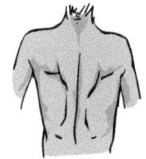

nyuma

Ruggä

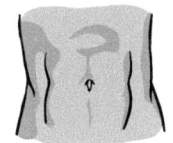

tumbo

Buuch

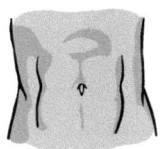

kitovu

Buchnabel

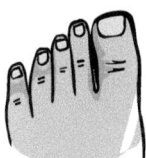

chano

Zäche

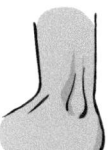

kisigino

Fersä

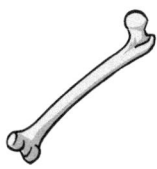

mfupa

Knoche

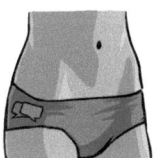

nyonga

Hüfte

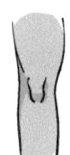

goti

Chnü

kiwiko

Ellbogä

pua

Nase

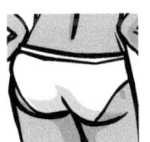

chini

Füdli

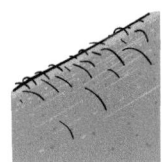

ngozi

Hut

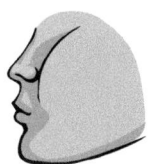

shavu

Bagge

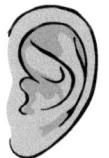

sikio

Ohr

mdomo

Lippe

kinywa

Muul

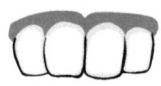

jino

Zah

ulimi

Zungä

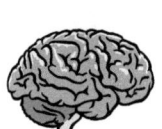

ubongo

Hirni

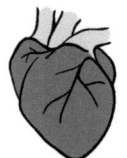

moyo

Härz

misuli

Muskel

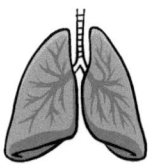

pafu

Lungä

ini

Läberä

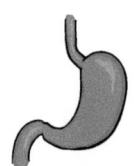

tumbo

Magen

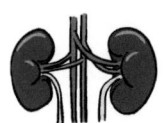

figo

Nierä

jinsia

Gschlächtsvrkehr

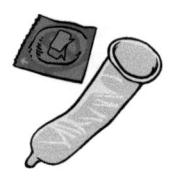

kondomu

Kondom

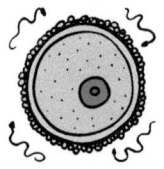

ovari

Eizälle

shahawa

Soome

mimba

Schwangerschaft

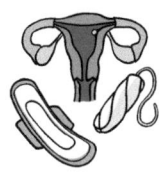

hedhi

Menstruation

uke

Vagina

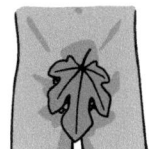

uume

Penis

unyusi

Augebrauä

nywele

Haar

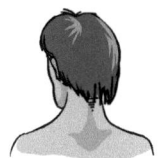

shingo

Hals

hospitali
Spital

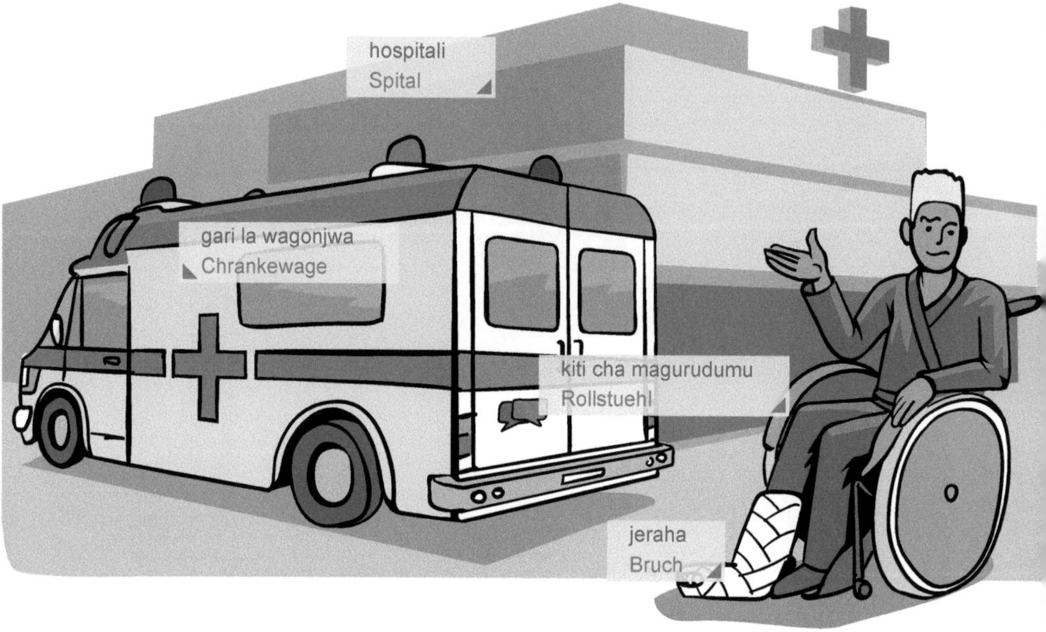

hospitali
Spital
gari la wagonjwa
Chrankewage
kiti cha magurudumu
Rollstuehl
jeraha
Bruch

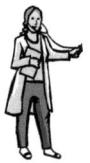

daktari
Arzt

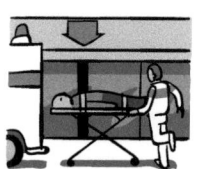

chumba cha dharura
Notufnahm

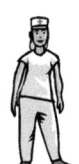

muuguzi
Chrankeschwöschter

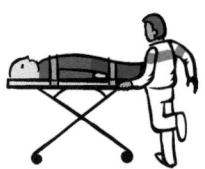

dharura
Notfall

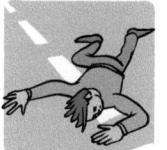

kupoteza fahamu
ohnmächtig

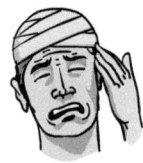

maumivu
Schmärz

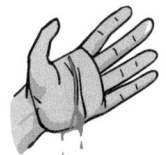

kuumia

Verletzig

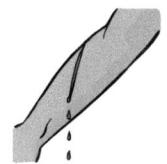

kutokwa na damu

Bluätig

mshtuko wa moyo

Härzinfarkt

kiharusi

Schlagahfall

mzio

Allergie

kikohozi

Hueschtä

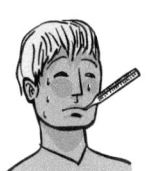

homa

Fieber

mafua

Grippe

kuharisha

Durchfall

maumivu ya kichwa

Kopfschmärze

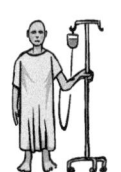

kansa

Kräbs

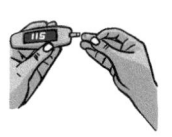

ugonjwa wa kisukari

Diabetes

daktari mpasuaji

Chirurg

kisu kidogo cha kupasulia

Skalpell

operesheni

Operation

picha changanufu ya mwili

CT

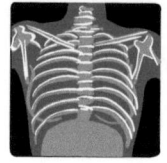

Eksrei

Röntgä

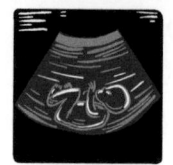

mawimbi sauti

Ultraschall

barakoa ya uso

Gsichtsmaske

ugonjwa

Krankhet

chumba cha kusubiri

Wartezimmer

mkongojo

Krückä

plasta

Pflaster

bendeji

Vrband

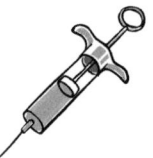

sindano

Injektion

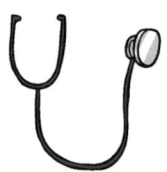

stetoskopu

Stethoskop

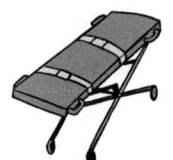

machela

Trage

kipimajoto cha kliniki

Thermometer

kuzaliwa

Geburt

unene kupita kiasi

Übergwicht

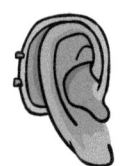

kusikia misaada

Hörgrät

kipukusi

Desinfektionsmittel

maambukizi

Infektion

virusi

Virus

VVU / UKIMWI

HIV / AIDS

dawa

Medizin

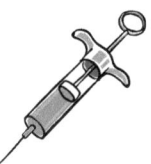

chanjo

Impfig

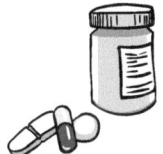

vidonge

Tablette

kidonge

Pille

simu ya dharura

Notruef

haemodainamometa

Bluetdruck-Mässgrät

mgonjwa / mwenye afya

chrank / gsund

Msaada!

Hiufe!

kengele

Alarm

pigo

Überfall

shambulizi

Ahgriff

hatari

Gfohr

lango la dharura

Notuusgang

Moto!

Füür!

kizima moto

Füürlöscher

ajali

Unfall

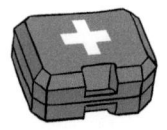

vifaa vya huduma ya kwanza

Ersti-Hilf-Koffer

wito wa msaada

SOS

polisi

Polizei

Ulaya

Europa

Amerika ya Kaskazini

Nordamerika

Amerika ya Kusini

Südamerika

Afrika

Afrika

Asia

Asie

Australia

Auschtralie

Atlantiki

Atlantik

Pasifiki

Pazifik

Bahari ya Hindi

Indische Ozean

Bahari ya Antaktiki

Antarktische Ozean

Bahari ya Aktiki

Arktische Ozean

Ncha ya Kaskazini

Nordpol

Ncha ya Kusini
Südpol

Antaktika
Antarktis

dunia
Ärde

nchi
Land

bahari
Meer

kisiwa
Inslä

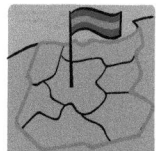

taifa
Nation

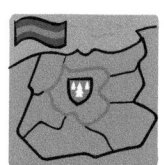

jimbo
Staat

uso wa saa

Ziffereblatt

akrabu ya saa

Stundezeiger

akrabu ya dakika

Minutezeiger

akrabu ya sekunde

Sekundezeiger

Ni saa ngapi?

Wie spaht isch es?

siku

Tag

wakati

Zit

sasa

jetzt

saa ya dijitali

Digitaluhr

dakika

Minute

saa

Stunde

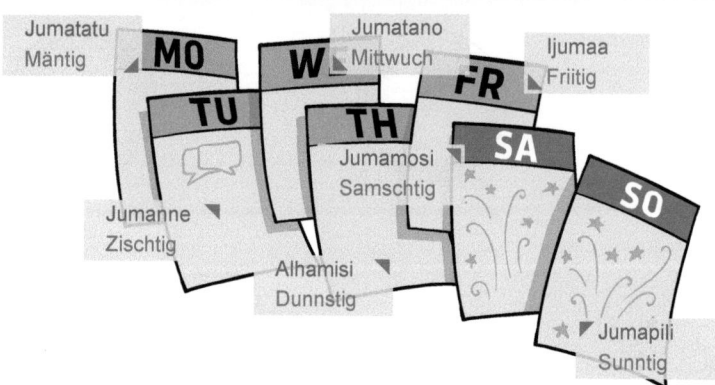

Jumatatu – Mäntig
Jumanne – Zischtig
Jumatano – Mittwuch
Alhamisi – Dunnstig
Ijumaa – Friitig
Jumamosi – Samschtig
Jumapili – Sunntig

jana
geschter

leo
hüt

kesho
morn

asubuhi
Morgä

saa sita mchana
Mittag

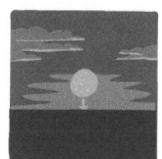

jioni
Aabig

siku za biashara
Wärktag

mwishoni mwa wiki
Wuchenänd

mwaka

Johr

mvua
Räge
upinde wa mvua
Rägeboge
upepo
Wind
theluji
Schnee
majira ya machipuko
Früelig
kiangazi
Summer
vuli
Herbscht
majira ya baridi
Winter

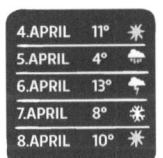

4.APRIL 11°
5.APRIL 4°
6.APRIL 13°
7.APRIL 8°
8.APRIL 10°

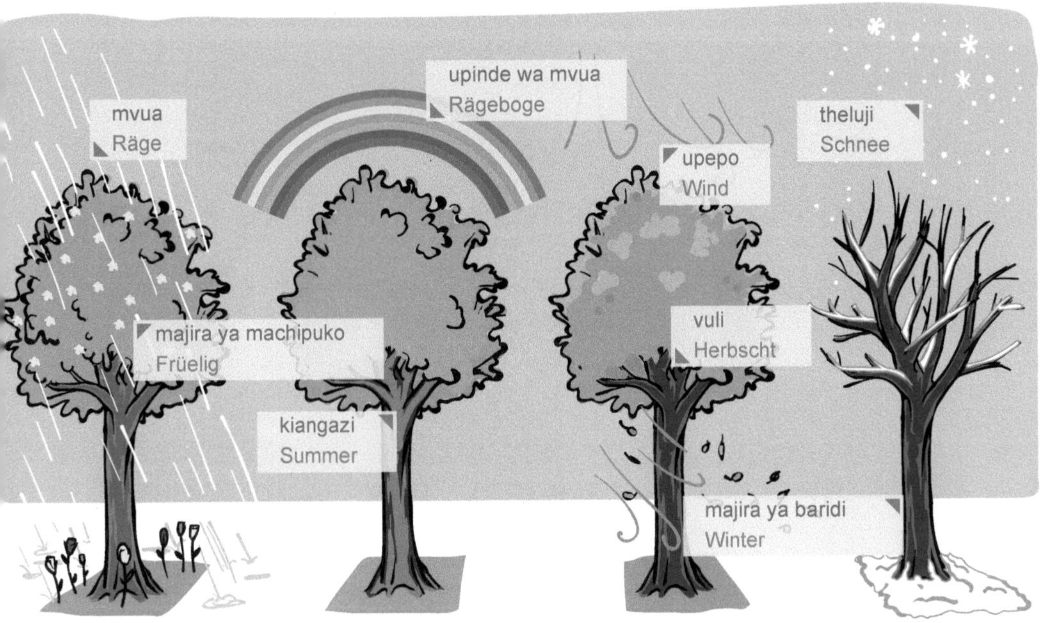

utabiri wa hali ya hewa

Wättervorhärsag

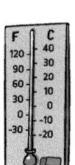

kipimajoto

Thermometer

mwanga wa jua

Sunneschiin

wingu

Wolkä

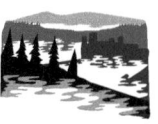

ukungu

Näbel

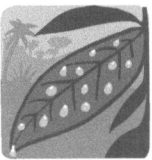

unyevu

Fiechtigkeit

umeme

Blitz

radi

Dunner

dhoruba

Sturm

mvua ya mawe

Hagel

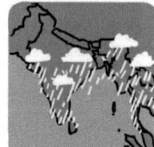

monsuni

Monsun

mafuriko

Fluet

barafu

Iis

Januari

Januar

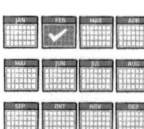

Februari

Februar

Machi

März

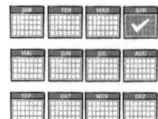

Aprili

April

Mei

Mai

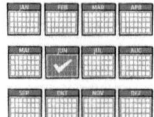

Juni

Juni

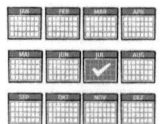

Julai

Juli

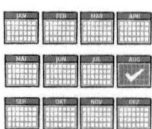

Agosti

Auguscht

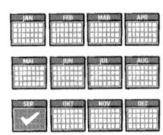

Septemba

Septämber

Oktoba

Oktober

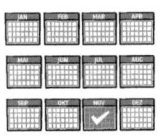

Novemba

Novämber

Desemba

Dezämber

maumbo
Forme

mduara

Kreis

mraba

Quadrat

mstatili

Rächteck

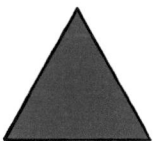

pembetatu

Dreieck

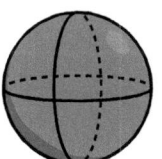

nyanja

Chugele

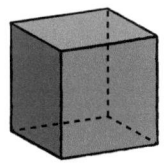

mchemraba

Würfel

nyeupe

wiss

manjano

gäl

chungwa

orange

rangi ya waridi

pink

nyekundu

rot

hudhurungi

liila

bluu

blau

kijani

grüen

hanja

bruun

jivujivu

grau

nyeusi

schwarz

mengi / kidogo

viel / wenig

hasira / pole

hässig / ruhig

nzuri / mbaya

hübsch / hässlich

mwanzo / mwisho

Ahfang / Ändi

kubwa / ndogo

gross / chli

angavu / giza

hell / dunkel

kaka / dada

Brüeder / Schwöschter

safi / chafu

suuber / dräckig

kamilika / tokamilika

vollständig / unvollständig

siku / usiku

Tag / Nacht

wafu / hai

tot / läbig

pana / nyembamba

breit / schmal

kulika / kutolika

ässbar / nid ässbar

ovu / ema

bös / fründlich

sisimkwa / udhika

uffreggt / glangwilt

nene / nyembamba

dick / dünn

kwanza / mwisho

zerscht / zletscht

rafiki / adui

Fründ / Find

jaa / tupu

voll / läär

ngumu / laini

hart / weich

nzito / nyepesi

schwer / liecht

njaa / kiu

Hunger / Durscht

mgonjwa / mwenye afya

chrank / gsund

haramu / kisheria

illegal / legal

akili / kijinga

intelligänt / gatz

kushoto / kulia

links / rächts

karibu / mbali

nöch / wiit weg

mpya / kutumika

neu / bruucht

kitu / jambo

nüt / öpis

zee / changa

alt / jung

waka / zima

ah / uss

wazi / fungwa

offe / zue

utulivu / kelele

lislig / luut

tajiri / masikini

riich / arm

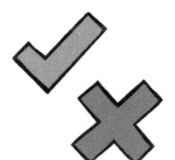

sahihi / kosa

richtig / falsch

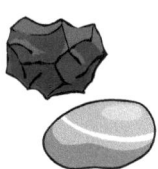

mbaya / laini

rau / glatt

huzunika / furahia

truurig / glücklich

fupi /ndefu

churz / lang

polepole / haraka

langsam / schnäll

nyevu / kavu

nass / trochä

joto / baridi

warm / chalt

vita / amani

Chrieg / Friede

0

sufuri

Null

1

moja

eis

2

mbili

zwei

3

tatu

drü

4

nne

vier

5

tano

foif

6

sita

sächs

7

saba

sibe

8

nane

acht

9

tisa

nün

10

kumi

zäh

11

kumi na moja

elf

12	**13**	**14**
kumi na mbili	kuml na tatu	kumi na nno
zwölf	drizäh	vierzäh

15	**16**	**17**
kumi na tano	kumi na sita	kumi na saba
füfzäh	sächzäh	siebzäh

18	**19**	**20**
kumi na nane	kumi na tisa	ishirini
achtzäh	nünzäh	zwänzg

100	**1.000**	**1.000.000**
mia	elfu	milioni
Hundert	Tuusig	Million

Kiingereza

Änglisch

Kiingereza cha Marekani

Amerikanischs Änglisch

Kimandarini cha Uchina

Chinesisch Mandarin

Kihindi

Hindi

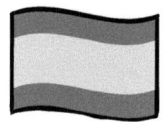

Kihispania

Spanisch

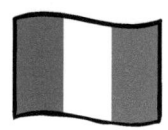

Kifaransa

Französisch

Kiarabu

Arabisch

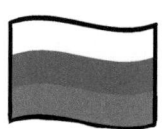

Kirusi

Russisch

Kireno

Portugiesisch

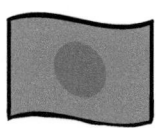

Kibengali

Bengalisch

Kijerumani

Dütsch

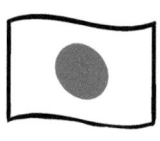

Kijapani

Japanisch

mimi

ich

wewe

du

♂ ♀ ○

yeye / yeye / ni

är / sie / es

sisi

mir

wewe

ihr

wao

sie

nani?

wär?

nini?

was?

jinsi gani?

wie?

wapi?

wo?

lini?

wänn?

HELLO, I AM

jina

Name

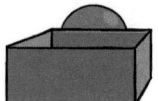

nyuma

hinder

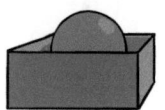

katika

in

mbele ya

vor

juu ya

über

kwenye

uf

chini ya

under

kando

näbe

kati

zwüsche

mahali

Ort